Milet Publishing
Smallfields Cottage, Cox Green
Rudgwick, Horsham, West Sussex
RH12 3DE England
info@milet.com
www.milet.com
www.milet.co.uk

First English–Vietnamese edition published by Milet Publishing in 2013

Copyright © Milet Publishing, 2013

ISBN 978 1 84059 835 3

Original Turkish text written by Erdem Seçmen
Translated to English by Alvin Parmar and adapted by Milet

Illustrated by Chris Dittopoulos
Designed by Christangelos Seferiadis

Printed and bound in Turkey by Metro Basım Hiz. A.Ş., March 2023

My Bilingual Book

Taste
Nếm

English–Vietnamese

Close your eyes, taste this drink . . .

Hãy nhắm mắt lại, nếm thức uống của bạn . . .

Water or soda, what do you think?

Nước hay soda, bạn nghĩ gì?

How do you know which one it is?

Bạn có thể biết nó là gì bằng cách nào?

Do your mouth and tongue feel a fizz?

Miệng và lưỡi của bạn có cảm thấy vị nồng hay không?

Your mouth and tongue let you taste drinks and food.

Miệng và lưỡi của bạn giúp bạn nếm thức uống và thức ăn.

They tell you what tastes bad and what tastes good!

Chúng cho bạn biết vị gì không ngon và vị gì là ngon!

Your taste senses bitter, sour, sweet,

Vị giác của bạn mang lại cảm giác đắng, chua, ngọt,

and salty, like the crackers you eat.

và mặn, như chiếc bánh quy bạn ăn.

Some like the taste of chocolate best.

Một số vị như sôcôla là ngon nhất.

Most like the taste of medicine less!

Hầu hết các vị như vị thuốc là dở hơn!

It's fun to think about yummy sweets,

Rất vui khi nghĩ đến các món kẹo tuyệt ngon của bạn,

but eating too many is bad for your teeth!

nhưng ăn quá nhiều kẹo sẽ làm hư răng!

Foods like peppers can be so hot!

Những thứ như tiêu có thể rất cay!

Your taste will tell you to eat them or not.

Vị giác sẽ giúp bạn quyết định có ăn hay không.

Some tastes go together and some really don't mix,

Một số vị đi cùng với nhau và một số vị không thực sự hòa lẫn với nh

like that banana and cheese sandwich you are about to fix!

như chuối và sandwich phô mai bạn sắp làm!

These delicious fruits deserve a nibble.

Những trái cây ngon này cần được thưởng thức từ từ.

They're good for your body and irresistible!

Chúng có lợi cho cơ thể và không cưỡng lại được!

Trying different foods makes your taste sense grow.

Việc thử những thức ăn khác nhau sẽ giúp phát triển vị giác của bạ

Your world gets bigger, the more foods that you know!

giới của bạn ngày càng rộng lớn, bạn sẽ càng biết nhiều loại thức ăn!